வைன் என்பது குறியீடல்ல...

வேடியப்பனுக்கு
என்றென்றும் அன்புடன்
தேவசீமா..

வைன் என்பது குறியீடல்ல...

தேவசீமா

தேநீர் பதிப்பகம்

வைன் என்பது குறியீடல்ல...
கவிதைகள்
ஆசிரியர் : தேவசீமா
முதல் பதிப்பு: ஜனவரி 2020
வெளியீடு: தேநீர் பதிப்பகம்

பதிப்பிக்கும் உரிமை © : தேநீர் பதிப்பகம்

24/1, மசூதி பின் தெரு, சந்தைக்கோடியூர்
ஜோலார்பேட்டை - 635851
தொடர்புக்கு: +91 9080909600

அச்சாக்கம் : சுதர்சன் கிராஃபிக்ஸ், சென்னை.
அட்டை வடிவமைப்பு : சீனிவாசன் நடராஜன்
முன் அட்டை எழுத்துரு : ரவி பேலட்
பின் அட்டை ஆசிரியர் நிழற்படம் : பிரபு காளிதாஸ்
புத்தக வடிவமைப்பு : கோபு ராசுவேல்

Wine enbathu kuriyidalla
Poems
by Devaseema
First Edition: Jan 2020
Pages: 88 Price: 100
First Edition: Jan 2020
ISBN : 9788194373094

Publishing copyright © : Theneer pathippagam

Contact: +91 9080909600
e-mail: theneerpathippagam@gmail.com
Printed by: Sudarsan Graphics, Chennai
Design : Srinivasan Natarajan

சமர்ப்பணம்
வாசிப்பினை கையளித்த என் பெற்றோருக்கு

நன்றி

இதழ்களுக்கு

ஆனந்த விகடன், விகடன் தடம் மற்றும் கல்கி.

இதயங்களுக்கு

என்னை நானாகவே இருக்கவிடும்
கணவர் மற்றும் குழந்தைகளுக்கு,
ஓவியர், ஒளிக்கலைஞர், எழுத்தாளர் சீனிவாசன் நடராஜன்,
கவிஞர் ரவிசுப்பிரமணியன், கவிஞர் வெய்யில்,
எழுத்தாளர் பரிசல் கிருஷ்ணா,
பன்முக ஆளுமை அமிர்தம் சூர்யா,
கவிஞர் ஸ்டாலின் சரவணன், மறைந்த எழுத்தாளர் பிரபஞ்சன்,
தோழிகள் ரம்யா, கலைச்செல்வி, விஜிக்கு
மற்றும் வாசகசாலை நண்பர்களுக்கு.

தேவசீமா

குளித்தலையில் பிறந்தவர். தஞ்சையைப் பூர்வீகமாகக் கொண்டவர். பூர்வீகத்தை கிள்ளித் துளி வாயில் போட்டுக்கொள்வதை இனிய சடங்காக மேற்கொள்பவர். பிரபஞ்சத்தின் நடு மையத்தில் எண்ண விதைகளைத் தூவி விட்டு கனிகளாக கவிதைகள் விழுமெனக் கை நீட்டிக் காத்திருப்பவர்.

தற்போது சென்னையில் கணவர் மற்றும் இரு குழந்தைகளுடன் வசித்து வருகிறார்.

பச்சை விளக்கு ஒளிர்ந்த பின்னும் கடக்க முடியாமல் நிற்கிறேன்

நாம் விரும்பியோ விரும்பாமலோ, சதா நம் பொறிகளில் ஏதேதோ விழுந்த வண்ணம் இருக்கின்றன நல்லதும் கெட்டதுமாய். பல சமயம் நாமதற்கு பொறுப்பில்லை என்றாலும் அவை நம்மை எதிர்வினை செய்ய வைத்தபடியே இருக்கின்றன. இவைகளில் நல்லவை சீக்கிரம் மறந்து, அல்லாதவை நின்று நிலைத்து வதைக்கிற முரணை என்னவென்று சொல்வது. அதிலும் பூஞ்சையும் மென்மையுமாய் மனசுள்ளவர்களை, இந்த அல்லல் நினைவுகள் மறுபடி மறுபடி கிழித்து ரத்தம் ருசித்தபடி இருக்கின்றன பலசமயம். பொதுவாய் கலைமனம் மென்மையில் முகிழ்த்தது. பிறர் வாட சில செயல்கள் செய்யாதது. வன்மத்துக்கும் வன்முறைக்கும் எதிரானது. அப்படித்தானே இருக்க முடியும், வேண்டும்.

அது கையறு நிலையில் ஏதும் செய்ய இயலாமல் கைபிசைந்து நின்றபடி, ஒரு வலியின் ஓலத்தைக்காண நேர்ந்தால் ரணத்தில் ஊற்றிய வெந்நீராய் அரற்றுகிறது. அப்படி ஒரு கவிதை இத்தொகுப்பில் "கலாம்கள்" என்ற தலைப்பில் உள்ளது. அதை நான் இங்கு எழுதிக்காட்ட விரும்பவில்லை. நீங்கள் வாசிக்க வேண்டும்.

மனப்பிறழ்வு கொண்ட பெண் ஒருத்தியின் மார்புகள், பாலத்தின் அடியில் வைத்து குரூரமாய் கடிக்கப்படும் போது வாதை பீறிடும் அக்குரல் வந்து தாக்குகிறது. இதை காணாமல் கடந்திருக்கக் கூடாதா என்று கனத்து விசும்பி முடியும் இக்கவிதையில், "சிக்னலாவது கருணையினை பச்சையாய் ஒளிர்ந்திருக்கலாம்" என்ற ஒரு கவித்துவ வரியினை கண்டதும் வலி மறந்து நான், சட்டென அங்கேயே நின்றுவிட்டேன் பின்னால் ஹாரன் சத்தங்கள் கேட்டாலும் கடக்க முடியாமல்.

இந்த காட்சி ஏன் கவியால் மறக்க முடியாததாகிறது. வாழ்வில் எத்தனையோ காட்சிகள் தினம் தினம் பொழுது முழுவதும் கண்ணுக்கு தட்டுப்பட்டபடி இருக்கிறது. எல்லா காட்சிகளும் அனுபவங்களும் கவிதையாகிவிடுவதில்லை. ஏதோ ஒரு சிலவே சேகரமாகி அதிலும் சிலவே படைப்பில் பதிவாகிறது. அது போல ஒன்று இங்கு கவிதையுருக்கொண்டு, இப்படி ஒன்றைச் சொல்லி இன்னொருவிதமாய் யாருக்கும் இப்படிச்செய்யாதீர்கள் என்று பூடகமாய் கெஞ்சுகிறது. அந்த

தவிப்பால்தான் அந்த காட்சியும் ஓலமும் கவிதையாகிறது. பிரிவின் இந்தக் குரல் கேட்கும் வாசலின் வழியேதான் தேவசீமாவின் கவிதைகளுக்குள் உங்களை அழைத்துச் செல்ல விரும்புகிறேன். மனிதாபிமானம் அருகி டாக்ஸிடெர்மிஸ்ட்டுகளால் பதப்படுத்தப்பட்டு வரும் இவ்வேளையில் இரட்சகர்களும் மீட்பர்களுமில்லா இப்பொழுதில் இந்த கரிசனம் தானே அத்யந்தத் தேவையாகிறது.

சக உயிர்கள் மீதான இந்த மா கருணையின் ஒற்றைச் சாகித்யமே வெவ்வேறு ராகங்களில் தொகுப்பெங்கும் கேட்டுக்கொண்டே இருக்கிறது. அததற்கு வேறு வேறு ஏறு நிரல் இறங்கு நிரல். ஒன்று போலில்லை இன்னொன்று. சிலது ஔடவம். சிலது ஷாடவம். சில சம்பூர்ணம். அந்த வித விதமான நாதத்தையெல்லாம் நீங்கள் காதுகொடுத்துக் கேட்க வேண்டும்.

ஒரு கொடுக்கோ, விஷமோ கொடுத்து இருக்கக்கூடாதா இந்த பாழாய்ப் போன கடவுள், தொடுமுன் ஆயிரம் முறை யோசித்திருப்பான்களே என்ற ரீதியில் பேசுகிறது ஒரு கவிதை. நம் வேண்டுதல்களுக்கு செவி சாய்க்கிற கடவுள்களையா நாம் கும்பிட்டுக் கொண்டிருக்கிறோம். இந்த முறையீடுகளை எல்லாம் கேட்காத கடவுள் இருந்தால் என்ன இல்லாவிட்டால் தான் என்ன. "பரந்துகெடுக உலகியற்றியான்" என்று நம் முப்பாட்டன் சொன்னதையே நமக்கும் சொல்லத் தோன்றுகிறது. மிகச்சொற்ப வரிகளில் பாலியல் வன்கொடுமையை எவ்வித பிரச்சார நெடியும் இன்றி உணர்த்தி மனசை கனமாக்கிவிடும இக்கவிதை உலகின் எல்லா மொழிகளிலும் மொழிபெயர்க்கப்பட வேண்டிய ஒரு கவிதை. உயிர் பிசையும் வலியிலும் ரௌத்திரம் கொள்ளாது கழிவிரக்கத்தில் பேசும் இது போன்றே இன்னொரு கவிதை.

போராட்டக் களங்களில் ஏதேனும் ஒரு சொல்லையோ புழுவையோ எறிந்துவிட்டே வருகிறேன் அதுவோ, இதுவோ குடைந்தே தீரும் என்று அறச்சாபமிடுகிற இதை இத்தொகுப்பில் தேடிப்பாருங்கள்.

என்ன போராட்டம் அது. எங்கு நடக்கிறது. அகத்திலா புறத்திலா. ஒரு சராசரி இந்தியப்பெண் ஆக்ரோஷமாய் வாளெடுத்து அநீதியைக் கருவறுக்கவா முனைவாள். அப்படி முனைய வேண்டும்தான், ஆனால் நடக்காது. அது மூளையில் பூட்டிய ஆண்டாண்டு காலச் சங்கிலி. அதை அறுப்பது அத்தனை சுலபமில்லை. மரபணு காலங்காலமாய் அடக்கம் அடக்கம், பொறுமை பொறுமை, சகிப்பு சகிப்பு, கற்பு கற்பு என்றும் இதெல்லாம் உனக்கு மட்டும்தான் என்றும் பெண்ணுக்குக் கடத்தும் ஒழுக்க வாசகங்கள் அவை. எந்த போராட்டத்திலும் இப்படி மௌனமாய் எதையேனும் எறிந்துவிட்டு குடையும் என்று நம்பிக்கொண்டிராமல் விட, வேறென்னதான் செய்வாள் அவள். இதில் துலங்குவது சுத்த அக்மார்க்கான ஒரு இந்தியப் பெண் மனம். மடிப்பு மடிப்பான எத்தனை அர்த்தக் கோணங்களை கொண்டிருக்கிறது இந்த எளிய கவிதை.

பலவிதமான கவிதைகளை இவர் எழுதியிருந்தாலும் பெண் குரலில் இப்படி தனித்துவமாய் பேசும் ஒரு சில கவிதைகள் என்னைப் பாடாய்ப்படுத்தி எடுத்துவிட்டன. நல்ல படைப்பு இப்படி எதையாவது செய்யத்தானே வேண்டும்.

அகம் சார்ந்து எழுதப்பட்ட கவிதைகளிலும் சோடையில்லை. உன்னுடன் உரையாடக் காரணங்களை துழாவிக் கெண்டிருக்கிறது விழியற்ற கரங்கள், தட்டுப்பட்டவுடன் முதல் சொல் எறிவேன், வாகாய் பிடித்து பாலம் கட்டத் துவங்கு.

நான் இதை வாசித்ததும் அந்த விழியற்ற கரங்கள் துழாவும் காட்சி என் மனக்கண்ணில் தோன்றியபடி இருந்தது. தட்டுப்பட்டதும் எனதொரு பருவத்தின் விளிம்பில் முதல் சொல் எறிந்தவளைப் பற்றி பாலம் கட்டத் துவங்கிற்று மனம். பாலத்தில் துவங்கி குடியிருப்பு, தெருக்களென கிளைத்து நகரமாகி நாடாகி தேசமென விரிந்தது மிதந்தபடியிருந்தது நெடு நேரம். இப்படி அவரவர் அனுபவங்களுக்கு தள்ளிவிடும் அசாத்திய கலைத் திறன் மிக்க எவகேட்டிவ் ரகக்கவிதைகளும் இதில்.

கவிதைக்குள் வழக்கமான படிமங்கள் தாண்டி வேறு துறைகள் சார்ந்த சேர்மானங்கள் சேர்ந்த இண்டிர்டிசிப்ளின் ப்யூஷன் போல அமைந்த ‘‘ஜியோமெதியில் கடவுள்’’, அப்பா அம்மா வாழ்ந்த வாழ்வை பூடகமாய்ச் சொல்லும் ‘‘எல்லாவற்றையும் சொல்லும் உர்’’, குடிக்கத் தண்ணீர் இல்லா தேசத்தில் திறந்துவிடப்பட்ட போதை வெள்ளத்தால் சிதிலமாகும் டாஸ்மாக் நோய்த்தொற்று பரவிய குடும்பத்தை பற்றிப் பேசும் ‘‘மதுக்குடி’’ கண்ணற்றவற்கு வண்ணத்தை விளக்கும் ‘‘லேசாய் சூடேறிய பீச் கனிகள்’’ இவை தவிர சில பகுதி அரூபக் கவிதைகள் போன்றவை என்னை வெகுவாய்க் கவர்ந்தன. இன்னும் சொல்லலாம்தான். ஆனால், முன்னுரை ஆராய்ச்சிக் கட்டுரை அல்ல.

ஒரு தொகுப்பை வாசித்து முடித்து சில நாட்கள் கடந்த பின் மறதியில் எல்லாம் வடிந்துவிடாமல் தங்குபவை கணிசமாய் இருந்தால் அது நல்ல தொகுப்பின் லட்சணம். இதை நான் அப்படிக்கொள்கிறேன். முதல் தொகுப்புக்கான எந்த சலுகையையும் கோராமல் தொடர்ந்து இன்னும் எழுதிக் கொண்டே இருங்கள் தேவசீமா என்று நாம் அவரைக் கேட்க, கேட்டுக்கும்படி வைத்திருப்பது இக்கவிதைத் தொகுப்பின் வெற்றி என்றே சொல்ல வேண்டும்.

— ரவிசுப்பிரமணியன்

வைன் என்பது குறியீடுதான்

எப்போதும் கவிதைக்குள் புழங்கும் பொருள்கள், உயிரிகள், பொழுதுகள், நிறங்கள், வாசனைகள் குறித்து அதிகம் கவனம்கொள்வது வழக்கம். கவிஞரின் மொழியும் உணர்வெழுச்சியும் எங்கெல்லாம் பாய்கின்றன, ஊர்கின்றன, பதுங்குகின்றன, தடுமாறுகின்றன என்று ஆய்வதில் கூடுதலாகக் கவிதைகளை, கவிஞரைப் புரிந்துகொள்ள முயல்வேன். அப்படியாக கவிஞர் தேவசீமாவின் கவிதைகளுக்குள் பயணித்த அனுபவத்தைப் பகிர்ந்துகொள்வது இச்சிறிய கட்டுரையின் நோக்கம்.

உப்பு - வைன் - விஷம் என்ற மூன்று பொருள்களைக் கொண்டு உருவாக்க வாய்ப்புள்ள அர்த்தங்களை; உணர்வுகளைக்கொண்டு கவிதை சமைக்கிறார் தேவசீமா. 'சமைக்கிறார்' என்ற சொல்லை மிகச் சுவாரஸ்யமாகவே இங்கு முன்வைக்கிறேன். சமையல் சாதனங்கள், சமையல் பொழுதுகள், உணவுப் பொருள்கள், பசி என இவரின் கவிதைகள் சமையலுக்கு; உணவுக்கு நெருக்கமான வகையில் அமைந்துள்ளன.

'அவள் கவிதையும் கறியும் சமைப்பவள்' என்ற வரியோடு ஒரு கவிதை தொடங்குகிறது.

உப்பு, தேநீர், சர்க்கரை, கருவாடு, தந்தூரி, தோசை, சூப், நாஷ்டா, அமுதம், என ஏராளமான உணவுப்பொருள்கள் இவரது கவிதைகளுக்குள் நிறைந்துகிடக்கின்றன.

'உயிரேற்றி ஒரு உணவு / சமைக்கிறான் ஒருவன்'

'................

கடவுளை கல் ஆக்கித் தருகிறது

இஞ்சி இடிக்கலாம்

தேத்தண்ணிக்கு'

'அழுகிய மனப்பழத்தின் வாசனை'

'புளிப்பும் துவர்ப்புமாய் ஒரு உறக்கம்'

'கைகளே இல்லாதவனின் வயலின்

அடுப்பில் குதிக்கிறது

சாம்பாரில் சரி க மபா'

இப்படியாக ஏராளமான வரிகள் கொண்டு கவிதை சமைத்திருக்கிறார் தேவசீமா.

பிரிவின் வலியில் அரற்றும்போதுகூட

'இளைப்பாறுதலாய்
எண்ணெய்க் கொப்பரையில் இறங்கலாம்'
என்று எழுதிச் செல்லும் இவரின் கவிதைகள் சுவாரஸ்யமானவை.

'தேவ ஆட்டுக்குட்டியின் இரத்தம்
வெங்காயம் தூக்கலாய்
நன்றாய்த்தான் பொருந்துகிறது வைனுக்கு.'

கவிதைக்கும் சமையலுக்கும் நிறைய ஒற்றுமைகள் உண்டு என்ற போதிலும் இந்த அணுகுமுறையின் வழியே இவரது கவிதைகளை வாசிப்பது புதிய அனுபவமாக இருக்கிறது.

உப்பு - ஒயின் - விஷம்

தேவசீமாவின் மொத்தக் கவிதைகளும் இந்த மூன்று பொருள்களில்; சுவைகளில் மீண்டும் மீண்டும் மையம் கொண்டு அவற்றைப் படிமங்களாக முன்வைக்கின்றன. உப்பு: வாழ்வின், நம்பிக்கையின், காதலின், நட்பின், காமத்தின், அழுக்கின், குற்றத்தின், உழைப்பின், கண்ணீரின் சுவையாக முன்வைக்கப்படுகிறது. உப்பின் சாரம் குறைவதும் - மிகுவதும், இழப்பதும் — மீட்பதும்தான் வாழ்க்கையாக; கவிதையாக இருக்கிறது. வைன்: கனவின் நிறமாக; உப்பு சாரமிழக்கும் தருணங்களில் தஞ்சமடையும் சுவையாக முன்வைக்கப்படுகிறது. குருதிக்கும் வைனுக்குமிடையேயான நிறக்குழப்பத்தை ருசித்தே தீர்க்க இயலும். வைன் சில நேரம் குருதிச் சுவையில், குருதி சில நேரம் வைன் சுவையில்... இவ்வலி மிகுந்த மயக்கத்தை கவிதைகளில் கடத்த முயல்கிறார் தேவசீமா. விஷம்: சுயக்கழிவிரக்கம், சுயவதை, தற்கொலை எண்ணம் எனத் தொகுப்பு முழுக்கவே பரவலாய் நீலம்பாய்ந்த வரிகளை வாசிக்க முடிகிறது. விடுதலைக்கான பானமாக, விஷம் தொடர்ச்சியாக இவரது கவிதைகளில் முன்வைக்கப்படுகிறது.

பெரும்பாலான கவிதைகளில் தன்னைத் தண்டித்துக்கொள்ள ஆர்ப்பரிக்கும் மனதை அவதானிக்க முடிகிறது. 'கீறிக்கொண்டே இரு / ஆறிவிடக் கூடாது/ விஷமிடு/ புரையோடட்டும்' என பிரிவு, இழப்பு, நினைவின் வாதை, கோபம், மீறலுக்கான துடிப்பு... என கனன்றபடியே இருக்கின்றன. 'வலியின் முன் சுயமில்லை' என முனகுகின்றன தேவசீமாவின் கவிதைகள். 'துரோகங்கள் இழைக்கப்படுவதல்ல ஏற்றுக்கொள்ளப்படுவது' என்கிற வரிகளின் உளவியல் கிலியூட்டத்தான் செய்கிறது.

'தனிமைய மட்டுமே சொல்லுற
இரண்டு கண்ணு இருக்கு
எங்கிட்ட
அது அழும்போது

தொடைக்க வழியில்லாம
ஆத்து ஆத்து போவேன்
அழுதுட்டு அதுபாட்டுல
கேலியா விரக்தியோட
சிரிச்சிக்கிரும்
எப்பயாச்சும் கொஞ்சங் கோவமா
பாக்கும்'

என்று நீள்கிற கவிதை, அம்மனுக்கு ஒரு சோடி கண்மலர் வாங்கி சாத்துவதாக முடிகிறது. இந்தக் கவிதை எனக்கு மிக நெருக்கமான ஒன்றாக இருந்தது. மொத்தத் தொகுப்பிலும் இது தனிக்குரல். இதுபோன்ற கவிதைகளில் வெளிப்படும் வெள்ளந்தித்தன்மை கொண்டு உண்மையில் கவிதைகளில் நிறையவே காத்திரமான விஷயங்களைப் பேச முடியும். இம்மொழியில் இவர் இன்னும் நிறைய கவிதைகளை எழுத வேண்டும்.

சில பொழுது, கவிதை என்பது மொழியுடனான விளையாட்டு. சில பொழுது கவிதை என்பது மொழியுடனான போர். தேவசீமா இன்னும் நிறைய சவால்களை எதிர்கொள்ள வேண்டும்.

'முதுகொடிய வேலை செய்த
ஒரு கை
லேசான அரிப்பிற்கு
தோசைக் கரண்டியினை
எடுத்து முதுகினை சொறிகிறது
தட்டில் விழுவது
தோசையா
அன்றி
முதுகா
உப்பேறி இருக்கிறது
இரவு'

இக்கவிதை பேசுவதுபோல நறுக்கென்று இன்னும் நிறைய பேச வேண்டும். இது இவரின் முதல் கவிதைத் தொகுப்பு. எனது மனமார்ந்த வாழ்த்துகள். தமிழ்க் கவிதையின் பெரும்பாதையில் முதல் எட்டை வைத்திருக்கிறீர்கள்.

இந்தப் பயணம் மிக சுவாரஸ்யமானது. வருக.

— வெய்யில்
23.12.2019

என்னுரை

நான் என்பது பல படிமங்களால் ஆனது எனக்கொண்டால், என் பால்யம் முதல் இன்றுவரை வாசிப்பே என்னைப் போர்த்தி இருக்கிறது. எல்லோரையும் போல் பாலமித்ரா, அம்புலிமாமா, பூந்தளிர் தான் அரிச்சுவடி. அம்மாவும் அப்பாவும் வாசிப்பின் நேசர்களாய் உலவும் வீட்டில் புத்தகங்களுக்கா பஞ்சம். அம்மா ஜெயகாந்தன், லக்ஷ்மி, இந்துமதி, சிவசங்கரி என்றால் அப்பா பாரதி, பாரதிதாசன், சுஜாதா மற்றும் வரலாற்று ஆசிரியர்களின் நேசர். ஒரு பனிரெண்டு வயதிருக்கும், என் கையில் நல் நினைவுடன் வந்தமர்ந்த புத்தகம் ஜெயகாந்தனின் ‘குருபீடம்’. எதுவும் புரியவில்லை என்றாலும் தொடர்ந்து படிக்க சொன்னது.

நாம் எதற்கு உள்ளார்ந்து ஆசைப்படுகிறோமோ, அவற்றை நமக்கு கையளிப்பதே பிரபஞ்சத்தின் பணி. எதிர் வீட்டு மாமா தமிழ்நாடு பாடநூல் கழகத்தில் வேலை செய்தார். அவருக்கு பல்வேறு புத்தகங்கள் கிடைக்கும். அவர் மகன்கள் அதை தொட்டுக்கூட பார்க்க மாட்டார்கள். அவர்கள் சித்தம் என் பாக்கியம் (உள்ளிருக்கும் சிறுமி குதித்து உடைகள் பறக்க ஒரு நடனம் ஆடுகிறாள்) நிறைய சிறுவர் புத்தகங்கள், சிறு வரலாற்று நூல்கள் இவற்றைத் தாண்டி ஒரு அற்புத புத்தகமாக நான் இன்றும் கருதும் ‘வால்காவிலிருந்து கங்கை வரை’ என்னை அடைந்தது இப்படித்தான். மேலும் ஒரு சராசரியாக வாழ்ந்து இருக்க அனைத்து சாத்தியங்களையும் கொண்டிருந்த என்னை, புரட்டி போட்ட கேள்விகளின் விதைத் தொகுப்பென சொல்வேன் இந்நூலினை. நன்றி ராகுல சாங்கிருத்தியாயன், சிந்திக்க தூண்டியமைக்கு. எப்படி உலகம் ஆண்கள் கைக்கு போனது, அல்லது அவர்கள் அதனை எப்படி களவாடினார்கள். எப்படிக் காலம் காலமாய் பெண்களை இருண்மையில் தள்ளினார்கள். அவ்விருண்மையின் பூட்டுகளை பூட்டி சாவிகளை பெண்களின் கையினாலேயே பாதுகாத்து வரச் செய்தார்கள் என்பதெல்லாம் ஆணினத்தின் வெற்றி வரலாறு.

சரி இதனை விட்டு விட்டு வாசிப்புக்கு வருவோம். பின் கல்லூரிக் காலத்தில் காயிதேமில்லத் கல்லூரியில் இருந்து நடந்தே கன்னிமாரா நூலகத்திற்கு செல்வேன், என் தோழிகள் ரம்யா, கலை பற்றி இங்கு சொல்லியே ஆக வேண்டும், வாசிப்பு பிடிக்காத அவ்விருவரும் எனக்காக நான் கன்னிமாரா செல்லும் போதெல்லாம் கூட வருவார்கள். (அவர்களை ஒரு முறை இறுக அணைத்துக் கொள்கிறேன்).

பின் தந்தையின் மரணம், திருமணம் எனத்தொடர்ந்த காலங்களில் நான் என்றுமே வாசிப்பினைக் கைவிட்டதாக நினைவில்லை. வேலைக்குச் செல்லும் வரை நூலகத்தை வாசிப்பிற்கு நம்பிய நான் (இந்த இடத்தில் சென்னை பெரியார் நகர் நூலகத்தின் நூலகர் மணி ஓர்மைக்கு வருகிறார் — நீ படிக்காதது என்று இங்க ஏதாவது புக் இருக்கா என்ன? என்பார் சிரித்துக் கொண்டே)

பின் புத்தகங்களை விலை கொடுத்து வாங்கத் துவங்கினேன். எந்த புத்தகத் திருவிழாவையும் விட மாட்டேன். எந்த ஊருக்கு போனாலும் பஸ் ஸ்டாண்ட சுத்தி டாஸ்மாக் கடை இருக்கு, புத்தகக்கடை இருக்கா பாருங்க என்று கணவரிடம் அலுத்துக் கொள்வேன். அதற்கு புத்தகக்கடை இருந்தா டாஸ்மாக் கடை சிந்தப்படாமல் போய் இருக்கக்கூடும் பாப்பா என்பார் (அப்பாவி மனுசன்)

குடும்ப வாழ்வில்,எவ்வித உறவுச் சிக்கல்களோ, அலுவலக நிர்வாகத்தில், பெரிய பிரச்சனைகளோ பெரும்பாலும் வராமல் காத்து விடுவேன். அப்படியும் மீறி வந்து விட்டால் என் பார்வை என்ன என்பதை மட்டும் பாராமல்,எதிரில் இருப்பவரின் கோணம் என்ன, அவர் இப்பிரச்சனையினை உண்டாக்க காரணம் என்ன, அவர்கள் இவ்வாறு செயல்பட என்ன காரணம் என்பதைத் தெளிவாக, மனமுதிர்ச்சியுடன் யோசிக்க எனக்கு வாசிப்பே கற்றுத்தந்தது. எதிலிருந்தும் மீண்டு விடலாம் என்ற நம்பிக்கையினை அளித்து தொடர்ந்து இந்த வாழ்வினை நான் எதிர்கொள்ளக் காரணம் என் தொடர் வாசிப்பே.

பேசுவதில் விருப்பமற்ற நான் வாசகசாலை நிகழ்வுகளில் பேசத்துவங்கியது ஒரு விபத்தினைப் போலத்தான். முதலில் ஒரு கவிதைத் தொகுப்பு குறித்து பேசினேன், தொடங்கிய ஓட்டம் சீராகத் தொடர்கிறது. பல கவிதைத் தொகுப்புகள், சிறுகதைத் தொகுப்புகள் மற்றும் நாவல்கள் குறித்தும் தொடர்ந்து பேசி வருகிறேன்.(கரும்பு தின்னக் கூலி).

சரி இவ்வளவு எழுதி இருக்கிறார்களே, படிக்கவே நேரம் போதாத நிலையில், நாம் வேறு எழுத வேண்டுமா என்ன? என்ற கேள்விக்கு பின்னால் ஒளிந்து கொண்ட என் சோம்பல் நண்பர்களால் அடி வெளுக்கப்பட்டு கொஞ்சம் தேட சிரமமான இடத்தில் ஒளிந்து கொண்டது. மூச்சு விடுதல் போன்ற இயல்பான என் வாசிப்பும், மனிதர்களையும், அவர் தம் பேராசைகளையும், பெருங்காமத்தையும், ஓயா சூழ்ச்சிகளையும் இன்னபிற கல்யாண குணங்களையும் உற்று நோக்கும் என் மனதும் எழுத என்னை தொடர்ச்சியாக ஊக்குவிக்கத் தொடங்கியதில் கவிதைகள் எழுதத் துவங்கினேன்.

இதோ ஒரு தொகுப்பினை உங்கள் முன் நிறுத்தி இருக்கிறேன், பெரிய சாலகங்கள் ஏதுமற்று. வாசித்து முடித்து விமர்சியுங்கள். கைகோர்த்து வரவிருக்கும் அடுத்த பிரதியினை சீர் செய்வோம், தொடர்ந்து வாசிப்போம், சக மனிதனை நேசித்துக் கொண்டாடுவோம்.

நன்றி

என்றென்றும் அன்புடன்

தேவசீமா

பொருளடக்கம்

சூடு 21
காதில் பிரபஞ்சம் அணிந்த பெண் 22
படிமம் 23
கண்ணாடிச் சில்லு 24
போஜனப்ரியன் 25
புனித ருசி 26
ஜியோமெதியில் கடவுள் 27
எல்லாவற்றையும் சொல்லும் 'உர்' 28
உப்பு ராகம் 29
மதுக்குடி 30
வைன் என்பது குறியீடல்ல 31
கலாம்கள் 32
ஊதா ஜரியிட்ட புல்லாக்கு 33
மனவீச்சம் 34
'பாப்பா' வா போலாம் 35
இளம் பச்சை ஔஷதம் 36
அது அல்ல 37
லேசாய் சூடேறிய 'பீச்' கனிகள் 38
ஜதி 39
ஹார்மோன்களின் "சாம்பா" 40
அலர் 40
அரை நிறைக் கோப்பை 41
காத்திரமான உப்பு 42
நீலம் பாரித்தவள் 43
சமரனின் பெர்சனல் யட்சி 44
பொத்தான்கள் குறுக்கிடும் வாழ்க்கை 45
அவன் சொல் 46
மணிப்பூரகம் என்பது நீல மாணிக்கம் 47
சூளையில் சுட்ட சொற்கள் 47
செந்நிலாப் பதிவு 48
குரூரம் 49
ஓடியும் போகாத அசிங்கம் 50
முனைகளற்ற கயிறு 51
அமீனா 52
பட்டாம்பூச்சி 53
பயணம் 54

சுயம்	56
வேர்களைக் கண்டடைதல்	57
மலிங்காவின் வேகப்பந்து	58
யாக வாய்ச் சாபம்	59
அயல்	60
பிசினு	61
மீரா	62
போதி வடிவ இலை	63
வேலி	64
ஒரு கை	65
தற்கொலை கடிதங்களுக்கு ஒற்று பார்ப்பவள்	66
அழையா பேசி	67
முப்பரிமாணம் நமக்கு எண் பரிமாணம் அவனுக்கு	68
முகமூடி	69
சிம்பொனியை இழைத்தல்	70
பதின்மத்தின் பால்ய முத்தம்	71
ஓ...	72
விதைப் (வேறு)பாடு	73
ஆயிரத்தோராவது கண்ணு	74
கையேந்தும் ஆட்டுக்குட்டி	75
குலுக்கிய பொவெண்டோ	76
ஆட்சி	77
வேற்றிதழ்	79
வீடென்பதில் கள்ளமும்... ...	80
மனச்சாவி	81
பட்டாம்பூச்சிகளுக்கும் பழச்சாறுக்கும் முன்னால்	82
அற்புதங்களை தாங்கவொணா பூதம்	83
பெயரற்றவர்களிடம் பிடுங்கிய தொடையெலும்புகள்	84
தொடுதிரை அறுவடை	85
மௌனத்தின் எதிரொலி பித்தம்	86
பதறி விலகிய பேரம்	87
நிரந்தரமாய் மூடிக்கொண்ட ஆதிக்குகை	88

சூடு

இதோ ஒரு தேநீர்ப் பையின் உதவி
கொண்டு
பீங்கான் கோப்பையின்
சுடுதண்ணீரையோ அன்றி
தேநீர்ப் பையையோ சுவையூட்ட
முயற்சி செய்கிறீர்கள்
பையை நீங்கள் பருக
முடியாதாகையால்
நீங்கள் சுடுநீரையே
சுவையூட்ட முயல்வதாக ஒரு
முடிவுக்கு வரலாம்.

காதில் பிரபஞ்சம் அணிந்த பெண்

ஆன்மீகத்தில் காலை விட்ட அப்பெண்
ஆரவாரமாய் பாடியபடி
நாடுகிறாள் இறைவனை
அவனோ ஹேர்பின் ஒன்று குடேன்
காதுக்குள் அரிக்கிறது என்கிறான்
மூளி அலங்காரியான அவள்
ஆபரணமாய்
அணிந்திருப்பது இடது காதில்
ஒரு ஊக்கு மட்டுமே
உலகை உய்விக்க
அஃதொன்றே போதுமென
கை நீட்டுகிறான் இறைவன்
குடைச்சல் முடிந்ததும்
கல் அணையில்
உறங்கியும் விடுகிறான்
இதோ அந்த ஊக்கு
மாறத் துவங்குகிறது
பிரபஞ்சத்தின் வடிவமாய்

■

படிமம்

அதோ ஒரு கல்
யுகம் யுகமாய் நதிக்கரையில்
அவ்வப்போது நீருடன் சல்லாபித்த ஒன்று
கல்லினுள் நீரின் சலனங்கள்
நீரிலும் கல்லினது
பாசி படர்ந்தாலும் கல் அதுவே
வற்றிச் சுருங்கினாலும் நதியே
பாசி என்பதோர் படிமம்.

கண்ணாடிச் சில்லு

கை தவறி உடைந்துவிட்டது
பெருக்கினாலும் முழுவதுமாக சுத்தமாகாது
எனத் தெரிகிறது
சனியன் சில்லு சில்லாய் உடைந்திருக்கிறது.
சர்க்கரையின் துகள்களைப் போல்
தரையில் பரவியிருக்கிறது.
துடைத்தே ஆக வேண்டும்
பசுஞ்சாணமிருந்தால் துடைத்தெடுக்கலாம்
என்பாள் அம்மா
எங்கே செல்வது பசுவிற்கும் சாணத்திற்கும்
ஈரத்துணியால் ஏலுமென பொறுமையாய்த்
திரட்டுகிறேன்
எனினும்
வழியத்தான் செய்கிறது உன் வியர்வை
வாசமொத்த குருதி.

போஜனப்ரியன்

தொப்பையோடலையும்
காலச்சாமிக்கு
கருவாடென்றால் கொள்ளைப் ப்ரியம்
பட்டினியில் உலர்ந்த
பிள்ளைக்கறி ருசிக்கிறது.

எப்போதேனும் தந்தூரி ஆசையெனில்
குடிசைகளுக்கு தீ வைத்துவிடுகிறது.

நீள் பயணங்களில் வேர்களின் மீது
நிதானமாய் பெருநீர் கழித்துவிட்டு
எதனோடு எதையும்
வகையற்று மோதவிட்டு
சிந்திக்கிடக்கும் செம்பானகம் அருந்தி
தாகசாந்தி செய்துகொள்கிறது.

நிறையவே கொழுப்பேறிவிட்டதால்
ஆவிச்சமையலே உத்தமம் என
மருத்துவச்சித்தன் பரிந்துரைக்க
சுனாமி சூப் அருந்தி
காற்றழுத்த தாழ்வு நிலையில்
சமைக்க ஆரம்பித்துள்ளது.

நட்சத்திர விடுதியெதையும்
நீ நாடுவதே இல்லையே
என்றதும்
பணவீக்கத்தின் பாதிப்பென
பையை பிதுக்கி காட்டிவிட்டு
ஊமைக்கோழிகளின்
குரல்வளை அறுத்தால் தான்
சத்தமே வராது
எனச்சொல்லி கிளம்பியது.

புனித ருசி

தேவ ஆட்டுக்குட்டியின் இரத்தம்
வெங்காயம் தூக்கலாய்
நன்றாய்த்தான் பொருந்துகிறது வைனுக்கு

ஜியோமெதியில் கடவுள்

வரிகளை கலைத்துப்போட்டு
விளையாடிக் கொண்டிருக்கிறேன்
நேர்க்கோட்டில் நடந்தும்
முக்கோணத்தில் ஏறிச் சறுக்கியும்
செவ்வகத்தில் ஸ்திரமாய்க் குடியிருந்தும்
கூம்புகளைக் கும்பிட்டும்
வட்டங்களில் வீழ்ந்தபடியுமிருக்கிறேன்
எண்ணற்ற வார்த்தைகளை
நம்மேல் எறிந்து
வெள்ளைத்தாளாய்
சிரித்துக்கொண்டிருந்தார் கடவுள்.

எல்லாவற்றையும் சொல்லும் ‘உர்’

இரு கைகளையும்
மேல் தூக்கி பின்னால் மடக்கி
‘ஹோல்டிங்’ க்ளிப் இடும்
அம்மாவின் சித்திரம் ஒன்று
உள்ளது என்னிடம்
அப்போது அவள்
முணுமுணுத்த முடியின்
அடர்த்திக் குறைவையும்
மயக்கம் கலைந்த விழிகளையும்
“சம்சாரம் என்பது வீணை”
மெலிகுரலின் தேம்பலையும்
அப்பா எங்கிருந்தாலும்
‘அம்மு’
என கண்கள் மூடி
இரசித்துக் கொண்டுதான் இருப்பார்
பொட்டிட்ட புகைப்படத்தில்
உர்ரென்ற முகத்தின்
மொழியறியா நமக்கு
இஃதொன்றும் தெரியச் சாத்தியமில்லை.

உப்பு ராகம்

ஓயாது ஒலித்திடும் இரவு
நிசப்தத்தில் சப்தமும் அடக்கமே
இரவுப்பாடகன் ஒருவன்
அன்னமிடா இல்லத்தின் திருடனை
ஒறுத்தல் செய்கிறான்
சாவி தந்து உய்யென
அகாலத்தில் ஒளியின் ஓட்டைகள்
ஒரு கதவு ஓசையேயின்றி
மென்மையாய் சாத்தப்படுகிறது
உள்ளே நுழையும் பெருச்சாளியை
ஏளனித்தபடி வெளியேறுகிறான்
திருமணம் ஆன தேவதாஸ்
ஒரு பிச்சைப் பாத்திரமாய்
பிளாட்டின அரைத்தட்டு
வாழ்தலின் ஆசையாய்
உணவினைக் கொண்டவனின்
துந்துபி ஒலிக்கும் ராகம்
உப்பு உப்பு என ஸ்ருதி சேர்க்கிறது
அந்திப்பழத்தின் ருசி
சொல்லியா ஒலிப்பது
லேசாய் காரமிட்டு
வழியத் தின்று புறங்கூறலாம்
இட்ட கையை

■

மதுக்குடி

அந்த வீட்டின்
கடைசி நம்பிக்கையான
ஒரு பச்சை நோட்டு
அருந்துவதன் பொருட்டு
அங்காடிக்கு சென்று இருக்கிறது

திரும்ப வந்தவுடன்
வீட்டிலிருக்கும் அது அறிந்த விபச்சாரி
லேசான தோசை ஊற்றுவாள்
ஓரத்தில் முறுகலாய்

ஏப்பம் ஏச்சுகளாய் வெளிவரும்
அம்மாவுக்கு ஆள் பிடிப்பவனாய்
உருவகிக்கப்பட்டவன்
மூக்கில் விட்ட குத்தில்
தாயோளி ஆகி விட்டான்

அப்பனுடைய அன்புக்கிளி
பச்சத் தெவ்டியா முண்டக்கிளி ஆகி விட்டாள்,
எங்கம்மை காசுல குடிக்கிற
நீ தாண்டா வேச மவன்
என பதிலில் மிழற்றுகிறது கிளி

காலையில் மூவருக்கும்
நாஷ்டா வாங்கப் போகும்
மிச்சமிருக்கும் ஆரஞ்சு பேப்பரில்,
மானங்கெட்ட குடும்பம் என்று நாமும்
வழமை என்று அவர்களும்
கோணலாய் பல்லிளித்து
புன்னகை என பெயர் சூட்டலாம்.

வைன் என்பது குறியீடல்ல

காய்ச்சல்
ஒவ்வொரு செல்லையும்
எண்ணையின்றி பொரித்துக் கொண்டு இருக்கிறது
கொஞ்சம் சிவப்பு வைன் மட்டும் தான் தேவை
ருசித்து ருசித்து
சொட்டுச் சொட்டாய் விழுங்கலாம்
கசப்பின் வெளியில்
நடக்கத் துவங்கலாம்
உள்நாக்கில்
உன்னதமான இனிப்பின்
உவகையில் மயங்கலாம்
இளைப்பாறுதலாய்
எண்ணைக் கொப்பரையில் இறங்கலாம்
மலை விளிம்பில் நட்டிடலாம்
ஒரு தொழிலாளியின் உடலை
பறக்க விடலாம் ஒரு நொதித்த குடலை
அவன் சென்னியில்.

கலாம்கள்

ஏதோ ஒரு மேம்பாலத்தில்
சப்பனமிட்டு முட்டிகள் உரச
அமர்ந்திருக்கும்
அழுக்கான இருவரை
எதேச்சையாய்
பாராதிருந்திருக்கலாம்
ஆதூரமாய் அவள் தலையை தடவிய
கரங்களின் அனுசரணை
வினாடியில் கீழிறங்கி
தோளிரெண்டை அழுந்தப்
பற்றின
அத்தோடு விட்டிருக்கலாம் கடவுள்
என்னை
சிக்னலாவது கருணையினை
பச்சையாய் ஒளிர்ந்திருக்கலாம்
கருமம் நானாவது தலையை
திசை திருப்பி
காதைப் பொத்தி இருக்கலாம்
சற்றே மனநிலை தவறிய அவளின் மார்பு
வெறித்தனமாக கடிபட்டதை
அவள் உயிர்வாதையில்
அலறியதை
காணாமலே கடந்திருக்கலாம்
இத்தேரும் நானும்.

ஊதா ஜரியிட்ட புல்லாக்கு

நிறமிலியான அது
நிறமேற்றிக் கொள்ள
விழையவில்லை
இட்டு நிரப்பப் பார்க்கிறது
விசும்பு அதனை
நெருப்பும் எரிக்க முடியா
வெளி அது
வெளியுடன் கைகோர்க்கும்
காற்றும் அசைக்கப் பார்க்கிறது
ஊதா, சிவப்பு ஜரிகை
ஓரமிட்டு ஊதிப் பெரிசாக்கு
அந்நிறமிலியை
மூச்சிரைக்க ஓடி வந்த சிறுமி
தன் மூக்கணி காம்பு கொண்டு
வெடுக்கென குத்திச் சிரிக்கிறாள்
சீறிப் பாய்கிறது ஒரு வானவில்
வெயில் மழையொன்று
பெய்யத் துவங்குகிறது.

■

மனவீச்சம்

ஆராதிப்பவனின்
நீலம் பாரித்த விழிகள்
கடவுளை கல் ஆக்கித் தருகிறது
இஞ்சி இடிக்கலாம்
தேத்தண்ணிக்கு

அடுத்தடுத்து
வாசிக்கப்படுகின்றன
வெறுப்பின் வரிகளும்
விருப்பின் வரிகளும்
உண்மைக்கு மிக நெருக்கமாய்
இருப்பதென்னவோ
அறியாமையைப் பறைசாற்றாத
அழுகிய மனப்பழத்தின்
வீச்சம் தான்.

'பாப்பா' வா போலாம்

அவளுக்கு அவசரமாய் ஒரு
தற்கொலை செய்ய வேண்டி
இருக்கிறது, அலைபேசாதீர்கள்
யாரோ ஒருவர் அவளுக்கு
இருப்பதாய்
மெய்நிகர் நம்பிக்கை ஒன்றை
கொடுக்காதிருங்கள்
பிறர்க்கு ஒன்று என்றால்
ஓடி உதவுமவளுக்கு கதவினை
முகத்திலேயே அடித்து
சாத்துங்கள்
எதையும் சிரித்து மழுப்பும் அவளுக்கு
அழ ஆயிரம் காரணங்கள் உண்டு
இன்னுமொரு காரணத்தை கூடச்
சேருங்கள்
நேற்றிரவு அவள் பட்ட துன்பம்
தாளாமல்
கனவில் வந்த அப்பா சொன்னார்
'பாப்பா' வா போலாம்
எதிர்வாதத்தில் எகிறிய அவள்
இந்த அக்கற மயிறு மொதல்லயே
இருந்து இருக்கணும்ல
போம் போதே கூட்டிட்டு
போறதுக்கென்ன
கேடு

இளம் பச்சை ஔஷதம்

புளிப்பும் துவர்ப்புமாய் ஒரு உறக்கம்
ஒரு மிடறு தண்ணீர் குடித்தவுடன்
இனிக்கத் துவங்குகிறது
கட்டிலின் அடியிலிருந்து கிளை பரப்ப
யத்தனிக்கிறது ஒரு நெல்லி மரம்
புளிய இலைகளைப் போன்ற அவை
கூரை தொட்டு ஏழ்பரியனைத்
தேடுகின்றன
அவனும் சன்னல் வழியே
உவர்ப்பின் உருசி அறிகிறான்
பின்தொடரும் மதுரமறிய தண்ணீர் இல்லை
துளி அருந்த
அறையெங்கும் இளம்பச்சை
வண்ணக் கனிகள்
கனி கொத்தும் காலனாய் காலம்
இடையில் எவரும் கொத்தா மீதம்
ஓரம் அழுகி மண்ணில்
ஔஷதம் நெல்லி

அது அல்ல

அதற்கானதாய் இரண்டு இருந்தன
தொலைந்துவிட்டது ஒன்று.
அச்சு அசலாய்
மற்றொன்று செய்து வாங்கினேன்
சாவிக்காரனிடம்.
போலிச்சாவி என அதற்கு
பெயர் சூட்டுகிறீர்கள்.
அதுவும் திறக்கும்
அதே உண்மையை.
போலிச்சாவியல்ல
இன்னொரு சாவி என்றே
சொல்லுங்கள்
இன்னொரு காதல் என்பதைப்போல.

லேசாய் சூடேறிய 'பீச்' கனிகள்

இள ரோஜா நிறம்
என்றழைக்காதீர்கள் அதனை
சாருக்குட்டி கோபித்துக் கொள்ளுவாள்
"பிங்க்" என்று கூறுகையில்
அவள் கன்னங்களின் மாறிய வண்ணம்
அந்நிறம் தான் என
அவளுக்கு சொல்லுங்கள்
கருப்புக் கண்ணாடி அணிந்த
அவளுக்கு
"பிங்க்" என்பது
லேசாய் சூடேறிய கன்னம்.

ஜதி

பிரபஞ்சத்தின் பெயர் கொண்டவனை
அழைக்கும் விதமாய் ஒலிக்கிறது
ஓம் எனும் ரீங்காரம்
ஜதி சொல்லி ஆடும்
காற்றின் சலங்கை
சிக்குகிறது மீன் முள்ளில்
தேய் தேயென தேய்த்து நடக்கிறாள்
ஒன்றரைக்கால் கொற்றவை
தடவித் தடவி சிரிக்கிறான்
முத்துக்கண்கள் கொண்டவன்
அதென்ன சூலாயுதம் என்ற பெயர் உனக்கு
கேள்விக்கு சூல் அகற்றிக் கொள்கிறது ஆயுதம்
கைகளே இல்லாதவனின் வயலின்
அடுப்பில் குதிக்கிறது
சாம்பாரில் சரி க மபா
இதயத்தின் இடத்தில்
கூழாங்கல் ஒன்றினை வைத்திருப்பவன் மட்டும்
நதிகளை உலையாக்கி
அழுக்கு நுரைகளை
அகப்பையால் ஒதுக்கி
அமுதம் சமைக்கிறான்
நாக்குச் சொட்டச் சொட்ட
ஊற்றியும் கொடுக்கிறான்
குடுவையின் ஓரத்தில் படர்ந்ததை
சுற்றுமுற்றும் பார்த்து விட்டு
நக்க மறக்காதீர்கள்

ஹார்மோன்களின் “சாம்பா”

அய்ந்தாறு நாட்கள்
அலறுவேன் தெரியுமா
ஆட்டி வைப்பேன் அனைவரையும்
அள்ளி முடித்து வம்பு சண்டைக்குப் போவேன்
உன்னைக் கூட சந்தேகப்படுவேன்
கிழவி ஒருத்தியுடன்
என்று கூடப் பாராமல்
புறணி மொத்தமும் உண்மையென
நம்புவேன்
சீட்டுக் கிழிப்பேன் அப்பாவிகளுக்கு
உதிரம் கசியத் தொடங்கும்
ஓர் நாளில்
பழைய நானாவேன்.

■

அலர்

அவள் கவிதையும்
கறியும் சமைப்பவள்
இதில்
கவிதை ஊர்ப்புறணி
கறியும் கறி அல்ல.

■

அரை நிறைக் கோப்பை

ஓர் இரவுக்கான அத்தனை
ஒப்பனைகளையும் மேற்கொண்டதாக
ஆகியிருந்தது அப்பகல்
கனமான இருள்நிற
திரைச்சீலைகளும்
கருநீல மேற்கூரை தைக்கப்பட்டிருந்த
அவ்வறையின் சுவர்களில்
காலத்தால் அழியாத
கரப்பான் பூச்சிகளின் வாசம் எஞ்சியிருந்தது
அரைநிறைக் கோப்பையில்
புளித்த மதுவின் தீற்றல்
அரக்கு நிறமாய்
அதே நிற க்ரானைட்
தரையில் ஒளிந்து
விளையாடும் நேரத்தில்
வா நிகழ்த்திக் காட்டலாம்
ஒரு இருளறியாக் கலவியை
ஒத்த
பெருங்கனவுத் தேம்பலில்.

காத்திரமான உப்பு

முதல் தோசை ஊற்றிக் கொண்டு
இருந்தேன், ஒன்றும்
தோன்றவில்லை

இரண்டாவது தோசை ஊற்றிக்
கொண்டு இருந்தேன்,
ஒன்றும் தோன்றவில்லை

மூன்றாவது தோசை ஊற்றிக்
கொண்டு இருந்தேன், ஒரு துரோகம்
லேசாய் ஓர்மையில்

நான்காவது தோசை ஊற்றிக்
கொண்டு இருந்தேன், ஒரு நட்பு
கண் இளக்கத் துவங்கிற்று

அய்ந்தாவது தோசை ஊற்றிக்
கொண்டு இருந்தேன், நான் அனாதை
என்ற உணர்வு பக்கத்தில் நின்று
கொண்டு இருந்தது

ஆறாவது தோசை ஊற்றிக் கொண்டு
இருந்தேன், சத்தமே இல்லாமல்
தோசை கரிப்பேரிக் கொண்டிருக்கிறது

ஏழாவது தோசை ஊற்றிக் கொண்டு
இருந்தேன், அவசரத்தில்
கரித்துணியால் முகம்
துடைக்கப்பட்டது
மகன் சாப்பிட்டுக் கொண்டு
இருக்கிறான்

நீலம் பாரித்தவள்

பார்வையில் திறந்திருக்கக்கூடும்
தவிப்பின் முதல் கதவு
விழிகளில் விஷமோவென விலகுமுன்
நீல நிறத்தில்
ப்ரியம் கக்கிச்சென்றது அது
அதன் பளபள படத்தின் மீதான இச்சையில்
கொத்தக்கொடுக்க
கரம் நீண்டவேளை
பின்வாங்கிய நேரத்தை
மீட்சியென
எண்ணிய பாவத்திற்கு
அவனன்பில்
நீலம் பாரித்துக்கிடக்குமவளுக்கு
தண்டனை கொடுக்கும்
பெருமிதம் உங்களுக்கே.

சமரனின் பெர்சனல் யட்சி

ஒவ்வொரு முறை கூடுகையிலும்
இயல்பாய் கேட்கிறது யட்சியின் முனகல்
கூடுவதை நிறுத்தி விட்டு
உற்றுக் கேட்கிறான் சமரன்
நின்று போகிறது அது கள்ளச் சிரிப்புடன்
அச்சத்தின் துளிகளை
துடைத்தவாறே கலவியை இடைவிடுகிறான்

முன்பு எப்போதோ திடுக்கிட்டு
இடை நிறுத்திய கலவியின் நாயகி
தூக்கிட்டுக் கொண்டதும்
பின் தொடரும் விம்மல்களும்
யட்சியின் முனகல்களும்
இயல்பாகிப் போன நாட்களின்
தொடரும் ராவுகளில்
துணையினை விட்டுவிட்டு
தீயினைப் புணர நேர்கிறது.

பொத்தான்கள் குறுக்கிடும் வாழ்க்கை

மூன்று சட்டைகளால் ஆனதென்
பாதை
முதலான ஒன்றில் குறுக்குக்
கோடுகளிருந்தன
சர் சர்ரென வண்டிகள் பறந்தோடின
அதில்
இரண்டாமதில் ஒரு சதுரங்கப்
பலகையினையொத்த
மாற்று நிற கட்டங்களிருந்தன.
அதில் விளையாடித் தீரவுமில்லை,
யாரும் வெல்லவுமில்லை இன்னும்
இதோ அடுத்தது விடியலை ஒத்த
நிறத்தில்
பார்க்கலாம் அதன் சாயலிலாவது
விடிகிறதாவென்று
ஒன்று மட்டும் புரிகிறது என்
மடநெஞ்சுக்கு
இது கடைசி சட்டையுமல்ல
இப்பாதைக்கு முடிவும் அல்ல.

அவன் சொல்

எந்நெருப்பின் கொதிநிலையோ
வழிகிறது உயிர்க்குழம்பு
பேறுகாலப் பெருவலியின்
பெரிதினும் பெரிதிது.
உயிரறுக்கும் கோரம்
அனுபவிக்கிறதவள் அணுக்கள்
மயிலிறகானதென் விரல்கள்
மழலையின் வாயமுது
துடைப்பதென
கழுவுகிறேன் அவள் தூமை
ஆடைகளும் என்பதில்
ஆச்சரியமொன்றுமிலை அவளுக்கு.
தூமையுறுஞ்சும் அணையாடை
எனதுள்ளங்கை உணர்வென
உச்சி முகர்ந்தாள்
பிட்டம் வரை இட்ட முத்தம்
மௌனம் கொள்ளென
துயிலச் செய்தது
குண்டலினியை.
ஈடேறியதடா என் சென்மமென
அவளின் ஈரம் மலர
தரையெல்லாம் தாமரைகள்

■

மணிப்பூரகம் என்பது நீல மாணிக்கம்

மொழிச் சரக்கின் போதை
தொட்டுக் கொள்ள திரை ஓவியங்கள்
வண்ணங்கள் குழம்பித் தவிக்கிறது
வான்காவின் வயல்களாய்
முடியும் இடத்திலேயே தொடங்கும்
பாலோ கோய்லோவின் கதைகள் போல
சுழல் வடிவ குண்டலினி
ஏறிய வழியிலேயே
இறங்கி அடைகிறது மூலாதாரத்துள்
இறங்கும் வழியில்
பதறி ஓடும் பாம்புகள்
இழுத்து அடைக்கும் புட்டிக்குள்
விஷம் நிரம்பி வழிகிறது
அதன் மஞ்சள் சூரியனை நிரப்புகிறது.

சூளையில் சுட்ட சொற்கள்

உன்னுடன் உரையாடக்
காரணங்களை துழாவிக்
கொண்டிருக்கிறது
விழியற்ற கரங்கள்,
தட்டுப்பட்டவுடன் முதல் சொல்
எறிவேன்,
வாகாய் பிடித்து
பாலம் கட்டத் துவங்கு

செந்நிலாப் பதிவு

அவசிய அவசரத் தேவை
நீள் பயணமொன்று
உன் ஊரிலிருந்து என் நகருக்கோ
இல்லை என் நரகினின்று உன்
வயலுக்கோ
ரயில் பயணம் உசிதம்
வாழ்வின் பாதை பரிமாற
கோர்த்திருக்கும் கைகளும்
தான் கேட்கட்டுமே
விடிகையில் சட்டென முடியுமிரவில்
கையில் சிவந்திருப்பது
மைலாஞ்சியா
அல்லதுன் கரத்தில்
எத்துனை எத்துனை
செந்நிலா பதிவுகளா
என்பதில் இருக்கிறது
நாம் சக உதரர்களா
சிவசக்தியா என்பது.

குரூரம்

மூன்றே ஆணிகளால்
குருசுகளில் தொங்கவிடப்பட்டுள்ளன
மாசற்ற செம்மறிகள்.
காயங்களில் பீறிடும்
செந்துளிகளை
நக்கிப் பிழைப்பதாய்
சில நாய்களையும்
உறிஞ்சிக் கொழுப்பதாய்
இப்பூமியையும்
குற்றம் சாட்டுகிறீர்கள்.
சப்தமே இல்லாமல்
சப்புக்கொட்டும் வேர்கள்
புன்னகை முகம் காட்டும்
பூக்களாய்.

ஓடியும் போகாத அசிங்கம்

உயிரேற்றி ஒரு உணவு
சமைக்கிறான் ஒருவன்
கெஞ்சிக் கொஞ்சி ஊட்ட முயல்கிறான்
தலை ஆட்டி ஆட்டி மறுக்கிறாள் சிறுமி
கோபமாய்த் திணிக்கிறான் வாயுள்
மாட்டேன் மாட்டேன் என்பதாய் தலை அசைக்கிறாள்.
ஓடிப் போன அம்மாவைப் போலவே
இவள் காது ஜிமிக்கியும்
அழகற்று ஊசாலாடுகிறது.
உள்ளார்ந்த இரசனையில்
ஒரு கணம் பதறி
தலை உதறி தவிர்க்க முயல்கிறான்
தோல்வியுற்ற இருத்தலை.

முனைகளற்ற கயிறு

இது ஒரு விளையாட்டின் ஒற்றை
முனை போலுள்ளது
இரண்டாவது முனை கண்ணுக்கு
தெரியாத காதலிடம்
மாயச்சுழலுக்குள் அழுத்தப்பட்ட
வலது கட்டைவிரல்
உயிரோடு வெளியேற சாத்தியங்கள்
மிகக் குறைவு
உன் அலட்சியங்களை
பொருட்படுத்துவதின் சலிப்பு
உப்பு நெல்லியினைப் போல்
மெதுவாக உறைக்கத் துவங்குகிறது
கடினமான விடைபெறுதல்களில்
தொடங்குதென் மரணம்

அமீனா

கண்கள் நிறையும்படியான
சொற்களுக்கு ஒலி இருப்பதில்லை
அவை முதுகுகளில் தடவப்படுகின்றன
முன்னுச்சியில் மூச்சுக் காற்றாய்
ஊதப்படுகின்றன.
விரல் இறுக்கி சமன்
செய்யப்படுகின்றன
முடிபடர்ந்த கருந்தழும்பில்
முத்தமாய் இடப்படுகின்றன
நண்பன் வீட்டிற்கு வந்த
அமீனாவின் கைகளில்
ரொக்கமாய் செலுத்தப்படுகின்றன
ஆதியில் தேவன் உருவாக்கிய
சொல்லின் சொற்களிவை.

பட்டாம்பூச்சி

ஒரு கொடுக்கோ
கொஞ்சம் விஷமோ
கொடுத்து இருக்கலாம் கடவுள்
தொடுமுன்
ஆயிரம் முறை
யோசித்திருப்பார்கள்

பயணம்

வலக்காலோ இடக்காலோ
ஏதோவொரு காலை எடுத்து வைத்து
தலைவாசல் தொடங்கி
கொல்லைப்புறம் போவதற்குள்
சர்வதேச வாகனங்கள்
கண்காட்சியை
கடக்க வேண்டியிருக்கிறது
வீட்டிற்குள்.

அவ்வப்போது காட்சிப்படுத்தப் படும்
பேர்ல் துறைமுகத் தாக்குதல்.

நாள்தோறும் நான்குமுறை
செவிப்பறையை கிழித்தேவிடுகிறது
பிதா எக்ஸ்பிரஸின் பேரிரைச்சல்.
பெருயானைக்கப்பலின்
பேயொலியோ
தங்கை வாய்த்துறைமுகத்தில்.
உர்...புர்..... என்கிறான்
பழுது நீக்கப்படா மாநகர
கிழப்பேருந்தின் குரல்வளையை
விழுங்கி வைத்திருக்கும் நீலகண்ட
அண்ணன்.

சுயதயாரிப்பு க்ரையோஜெனிக்
ஏவுகணையை விடுவிக்கும்
அத்தனை லாவகங்களும் தம்பியின்
தகர வாயில்.
எண்ணெய் இடப்படா மிதிவண்டியின்
கிரீச்சிடல்கள் கேட்கிறது
அம்மாவின் வென்ட்ரிலோகிசக் குரலில்

ஓடும்போதெல்லாம் ஒன்றும்
காட்டாமல்
நிறுத்தி வைக்கும் போது மட்டும்
கசியும் எரிபொருளை
காணமுடிகிறது
அக்காவின் கண்களில்.

மோதுவதற்கென்றே எதிர்வரும்
வாழ்க்கைத்துணை வாகனத்திலிருந்து
தப்பிக்க சாகசம் புரிய
வேண்டியிருக்கிறது
சர்க்கஸ் கோமாளியாய்.

இப்போதெல்லாம் பாதுகாப்பு கருதி
நடைபாதையில் நடைபழக
வைக்கிறேன்
என் வாகனத்தை.

சுயம்

கீறிக் கொண்டே இரு
ஆறி விடக்கூடாது

விஷமிடு
புரையோடட்டும்

எப்படியோ காலம்
ஆற்றி விட்டால்

பக்கு பிரித்து
மிளகாய்பொடி உப்பு இடு

குரங்குகைப் புண்
என் மேல் திருப்பு

மீள எடுக்காதே தீக்குச்சியை

ஆட்றா ராமா எனச்சொல்லிப்பார்
ஆடுவேன் சீதை

வலியின் முன் சுயமில்லை.

■

வேர்களைக் கண்டடைதல்

அறிவுச் செறிவின் பின்
ஒளிந்து கொண்டு இருக்கும்
தனிமையின் கங்குகள்
முதலில் பொசுக்கத் தொடங்கியது
அவனின் ஆதி நேசங்களை
பறையில் ஒளித்து வைத்து
காத்த தொன்மனின் வீரத்தை
காய்ந்த விதைகளை
பொரி ஆக்கி தந்தது
உண்ட அவனை
அவன் நிலம் சதுப்பில் மூழ்கியதாய் சொல்லி
பொரி உண்ட வாய்க்கு
வெற்றிலை அளித்தது
மது உண்ட பன்றியென
சேறு திளைத்தவனின் உடலை
அடுத்த நாட்களில் கூறு வைத்தது
அவனுக்கும் அதில் ஒன்று
அரிதாக கிடைத்தபடியே இருந்தது
மீந்த தோல் எடுத்து
இசைக்கருவி ஒன்றினை
வனைய வைத்து
அவனின் தொடர் மரணங்களுக்கு
பின்னணியாய்
ஒலித்துக் கொண்டேயிருந்தது அக்கருவி
இசைத்தபடியே
தலையைக் கொடுக்கிறான்
பாக்கு வெட்டியிடம்
புதையுண்ட நிலத்தில் தளிராய் எழ
விதையில்லை அவன்
மீத்தேன் தெரியுமா உங்களுக்கு?

மலிங்காவின் வேகப்பந்து

மறுதலிக்கப்பட்ட அன்பொன்று
உங்களுக்காய் முழந்தாளிட்டு
பிரார்த்தித்துக் கொண்டிருக்கிறது
அதன் முட்டிகளின் மோனக் கேவல்
உங்களின் அரணாகும்
என்ற நம்பிக்கை
காவல் தேவனின்
இமையைப் பிரிக்கிறது
உறக்கச் சடவில்
கெட்ட வசையெடுத்து வீசுகிறார் கடவுள்
மலிங்காவின் பந்து வீச்சைப் போலவே.

■

யாக வாய்ச் சாபம்

அரைக்காத தூரம் தான் பாற்கடல்
இருகால் பைகளெங்கும் எட்டிப்பார்க்கின்றன
ரகசியமாய் வளர்ந்த வாசுகி வாரிசுகள்
கடைந்து அமிழ்தெடுக்க எப்பிரி அளவிலும்
திரித்துக் கொள்ளலாம் அரவக்கயிறு
வேண்டுவதென்னவோ மலைமத்தொன்றே

மிடறு அமிழ்திலேனும் தன்பெயர் இருக்குமென
நீளத் தொடங்கின தாகநாக்குகள்
அடிமனம் கவ்விய ஆலகாலப் பயத்தில்
ஊரெங்கும் தொடங்கிற்று ஒற்றை சிவத்தேடல்

கொப்பளிக்கும் நஞ்சருந்த
இனியெப்போதும் ஏலாதென
மறுப்புரைத்த நீலகண்டன்
வால் பிடிப்போர் வாலறுக்க
கட்டளையுமிட்டான் கூர்மத்திற்கு

உக்கிரத்தின் உச்சத்தில்
சாப உச்சாடனங்களை உதிர்க்கத்
தொடங்கின யாக வாய்கள்

ஆளுக்கு ஒரு துளி ஆலம் பகிர்க
அல்லாது இல்லை அமிழ்தம் என
வேள்வியில் விளைந்த அசரீரி
உரைத்த கணம்
தலையை உள்ளிழுத்துக் கொண்டன
பாம்புகள்.

அயல்

அந்தி நிழலென
நீண்ட பிரிவின் பின்னான
ஒரு சந்திப்பில்
துணை இழந்த தோழியினை விசாரித்த துக்கத்தில்
தவணையில் இழக்கிறேன் அவனை
கேள்விகளின் கொக்கிகளில் என்கிறாள்
பதில்களின் தூக்குக் கயிற்றில்
இறுகிவிட்டதென் பேரார்வம்

பிசினு

குடிக்க நன்னீர்
நுப்பது ரூவா தான்
குண்டி கழுவ
கெணத்து தண்ணி ஆழத்துல
போருத் தண்ணி
உப்பா படியும் இருந்தாலும்
ஏறுதே மோட்டாரு போட்டா
இப்படியாகத் துவங்கிற்று
இக் கோடை
நாலு மொற போனப் போட்டாலும்
நாப்பது சாக்கு
சொல்லுறான் கேனுக்காரன் இந்தா
இப்ப வரமின்னு
ஆளுறவன் மனசப் போல
வறண்டு கெடக்கு கெணத்துல
தண்ணி
போரு? அக்கப்போரு
ஆகிப் போச்சில்ல
அட அப்புறம்
முனிசிபாலிட்டிகாரன் உடுற முக்கா
கொடம் தண்ணில மூக்கு சிந்தி
கை கழுவுறேன்
முன்னால நின்னுச்சே அந்த புங்க
மரத்த வெட்டுன
மாமங் கையில தான்
இரத்தப் பிசினு இன்னும் போவல

■

மீரா

யாரொருவரின் தாளத்திற்கும்
ஆடாத ஒரு மனதை
ஒரு நாணயத்தைப் போல்
சுற்ற வைத்து
சிரிக்கும்
சீறும்
முறைக்கும்
உன் நிழற்படங்களை
கூச்சங்களின் மொட்டுகள் கூட
அரும்பாத விதமாய்
சேகரிக்கும் அவளுக்கு
பைத்திய அனாதை
என்றோ
அனாதைப் பைத்தியம்
என்றோ
பெயரிட்டு அழைத்துக் கொள்.

போதி வடிவ இலை

அந்தியின் ஒளிதனில்
தங்கமாய் பளபளத்த
அதன் இலைகளின்
வெளிச்சத்தில்
ஒர் அரசன் ஆண்டியானான்
பின்னொரு நாளில்
தங்க தொன்னையொன்று செய்தான்
யாசிக்க
ஒவ்வொரு யாசகத்திலும்
யசோதரையின் கண்ணீர் ஒரு பாகம்
ராகுலனின் வெறுப்பு மறுபாகம்
அவ்விலைகளின் எலும்புக்கூடுக்கும்
புத்தனின் நரம்புப்படத்திற்கும்
பெரிய வித்தியாசமில்லை
இலைகளின் ஒளியில்
சித்தார்த்தன் புத்தனானான்
போதி அரசானது.

■

வேலி

வெள்ளத்தினை
வெள்ளிச்செம்பில்
அடைக்க முயற்சி செய்கிறீர்கள்
காட்டாற்று வெள்ளமென்பதை
எளிதில் மறக்கிறீர்கள்
உங்கள் காய்நிலங்களை
பசையுள்ளவை ஆக்கிக் கொண்ட கர்வத்தினால்
விருட்சங்களை சாய்த்து விடக்கூடுமது
எதிர் நின்றால் என்பதை உணர மறுக்கிறீர்கள்
தடுத்து வென்றிட
ஒன்பது பிரி கொண்ட
சூரிய நிறக் கயிறொன்று
போதுமென்பதை
அறிய நேரும் வரை

ஒரு கை

முதுகொடிய வேலை செய்த
ஒரு கை
லேசான அரிப்பிற்கு
தோசைக் கரண்டியினை
எடுத்து முதுகினை சொறிகிறது.
தட்டில் விழுவது
தோசையா
அன்றி
முதுகா
உப்பேறி இருக்கிறது
இரவு.

தற்கொலை கடிதங்களுக்கு ஒற்று பார்ப்பவள்

உச்சியில் இருந்து ஓசைப்படாமல்
சுழன்று சுழன்று தரை தொடும்
ஒரு மலரினைப் போல் இருக்கட்டும்
அவளின் தற்கொலை விடுதலை
அவனாய் அதுவாய் வெளியாய் மாற
எத்தனம் கொண்டே இருக்கிறாள் அவள்
எத்தனை பேர் இருந்தும்
ஒரு கீறல் கூட இல்லை கண்ணாடியின் மீது
அது நொறுங்கிய ஓசை
யார் காதுக்கும் இல்லை என்பதை அறிவாள்
நொறுவல்களின் மேல் நடந்தே அடைந்தாள்
வெள்ளை நிற விடி மோட்சங்களை
துரோகங்கள் இழைக்கப்படுவதல்ல
ஏற்றுக்கொள்ளப்படுவது
என நம்பும் அவளின்
கடைசி அலைபேசி அழைப்பையாவது
நீங்கள் எடுத்திருக்கலாம்

■

அழையா பேசி

பூக்களைக் கொய்யவே வரும்
மாதமொன்று
துணையாய்க் கொள்கிறது
சைபீரியக் குளிர் ஒன்றை
புதிதாய் யாரும் வேண்டாம்
என்ன செய்வது
இன்னும் ஒரு முறைகூட
அழையா
இறந்தவரின் எண்ணை

முப்பரிமாணம் நமக்கு எண் பரிமாணம் அவனுக்கு

உருளைக் கிழங்கின் மேல்
விளைந்த இடத்தின் மண்ணால்
கிளை பரப்பும் நதிகள்
மெய்ன் நதியின் நீர்மை
அங்கு பெருகி வழிகிறது.
நதிகள் நீரால் ஆனவை அல்ல,
யூதர்களின் எலும்புகளாலும்,
கடவுளின் உதிரத்தாலும்.
கொலைக் கூடங்களின் விஷ வாயுக்களால்
புனிதமடைந்திருக்கிறது காற்று.
இடிக்கப்பட்ட அணைகளின்
கற்கள் மைசூர் பாக்கினைப்
போல் டப்பாவில் அடைத்து
விற்பனைக்கு வந்துள்ளன
வண்டிகளின் சாயலில்.

■

முகமூடி

ஒரு மௌனத்தின் பின் ஒளிந்திருக்கலாம்
பேரன்போ
பேரச்சமோ
பெருஞ்சினமோ
அன்றி ஓர் பேராபத்தோ
மௌனமானது ஒரு முகமூடி மட்டுமே
மௌனம் பல விடைகளை
உள் மறைத்து
வினாக்களை வரையறுத்துக் கொண்டிருந்தது
வலியத் திணிக்கப்பட்ட மௌனம்
கண நேரமும் தாமதமின்றி
கூர்நகம் தீட்டிக்
காத்திருக்கிறது
என்ன செய்து விடுமது
கழுத்தறுக்காமல்
கொஞ்சம் குருதி பருகுவதன்றி

சிம்பொனியை இழைத்தல்

நிசப்தமானதல்ல பிரபஞ்சம்
அதன் ஒலிக்கூறுகளை
பொறுக்கி எடுத்து
கோர்த்து கோர்த்து
காற்றில் வீசுபவருக்கு
ராஜா என்று பெயர்
கேட்பவருக்கு உய்தலென்று பெயர்

பதின்மத்தின் பால்ய முத்தம்

எதிர்பாரா நேரத்தில்
உன் பால்யத்தினை சந்திக்க நேர்ந்தது
உன் கொழுத்த கன்னங்கள் குறித்து
மிகக் கர்வம் கொண்டிருந்தது அது
என்னை உன் பதின்மத்திடம் அளாவ விட்டு
பள்ளிக்குச் சென்றது
பருக்களால் அப்பிய
உன் பருவக் கன்னங்களின்
சோகக் கதை பேசியது
முதல் சிரைப்பில்
காயம் கொண்டதை உச்சுக் கொட்டி
தற்போதைய உன் ஆஃப்டர் ஷேவ் கன்னம் பற்றி
விசாரித்தது என்னிடம்
நானா சொல்லுவேன்
என் முத்தப்பயிர்
முக்கால்வாசி விளையுமிடம் பற்றி
எதிர்காலத்தின் சுருக்கங்களில்
என் முத்தங்களை தேடச் சொல்லி
ஓடிப்போனதுன் பதின்மம்
அதற்கென்ன தெரியும்
மரணத்தின் நெருப்பிலும்
என் முத்தங்களால்
குளிர்விக்கப்படும் உன் கன்னம் என்பது

ஓ... ... ...

அந்தரங்கத்தின்
உச்ச வெளிகளிலும்
அழுக்கு வார்த்தைகளை
உச்சரிக்க யோசிப்பவள் அவள்
கேவலங்களின் சாட்டுகளை
அவள் மீது உருண்டைகளாக்கி
எறியும் போதும்
பிடித்து வைத்துக் கொண்டு
என்ன செய்வதென்று தெரியாமல்
விழிப்பவள்
குழாயடிச் சண்டைகளில்
சாட்சியாய் இருப்பதற்கே
நடுங்குபவள்
இப்பொழுதெல்லாம்
ஓ... ... ... என்றே துவங்குகிறாள்
ஒவ்வொரு சொல்லாடலையும்
முடிப்பதும் அப்படியே
நடுவிலும் நிறைத்து கூவுகிறாள்
ங்கோ.... .... என
மனப்பிறழ்வு என்பதென்னவோ
வாய்க் கிளிக்கு விடுதலைதான்.

விதைப் (வேறு)பாடு

விதைகள் நம்மிடம் தான் இருக்கின்றன
வேரோடு பல்நெடுங்காலம்
நம் தோட்டத்தில்
வாழுமென சிலவற்றையும்
வேரோடு பெயர்த்து
வேறிடம் நட வேண்டுமே
எனப் பிரித்து வைத்து
பிறிதையும் வளர்ப்பது
நாமே தான் நம் தோட்டத்தில் நட்டது
முடிபற்றி, நட்டவர்களை
வெளியேற்றும் பொழுதினில்
நிதானமாக யோசிக்கிறோம்
விதைகளை வேறுபடுத்தாமல்
விதைத்திருக்கலாமென
ஒரு புயல் காற்றிலான
பெரு மூச்சுடன்

ஆயிரத்தோராவது கண்ணு

தனிமைய மட்டுமே சொல்லுற
இரண்டு கண்ணு இருக்கு
எங்கிட்ட
அது அழும் போது
தொடைக்க வழியில்லாம
ஆத்து ஆத்து போவேன்
அழுதுட்டு அதுபாட்டுல
கேலியா விரக்தியோட
சிரிச்சிக்கிரும்
எப்பயாச்சும் கொஞ்சங் கோவமா
பாக்கும்
இந்த வாட்டி என்ன பண்ணுனே
அந்த ஆயிரம் கண்ணுடையா
கோயிலுக்கு போனேன்
போனவ
அங்க ஒரு சோடி கண்மலர நாப்பது
ரூவான்னு வாசல்ல வாங்கிகிட்டு
ஆத்தாகிட்ட போயி சொன்னே
ஆயி மகமாயி இந்தா
உன் ஆயிரத்தோராவது
கண்ணு
பிச்சு கிச்சு பாத்துராத
பொத்தி வெச்சு பாத்துக்கன்னு
இனி உம்பாடு அவம்பாடு

கையேந்தும் ஆட்டுக்குட்டி

எங்கெங்கும் கண்கள்
பின்பு நீளும் கைகள்
பாதுகாப்பு அளிக்க வல்ல
வேலிகளே மேய்கின்ற கரங்களும்
பள்ளிவாகனமோ
பொது வாகனமோ
தேடப்படும் காப்பு வீட்டிலுமில்லை,
வெளியிலுமில்லை,
சொந்தத்திலுமில்லை,
நட்பிடமுமில்லை,
நம்பிக்கை என்பது நரம்பில்
மீதமில்லை.
புரிந்து கொண்ட ஆட்டுக்குட்டி
பரிணாமத்திடம் முகமுயர்த்தி
இறைஞ்சத் துவங்கிற்று
பாலூட்ட பின்னொரு நாளில்
முலைகள் வேண்டும் தான்
உயிர்த் தொடர்ச்சி அறாமலிருக்க
பிள்ளையினை வெளித்தள்ள ஒரு
யோனியும்
எனவே,
தேவையற்றவர் தீண்டாதிருக்க
கொஞ்சம் சயனைடு தோய்த்த
முட்கள் விரவி விடு இவ்விடங்களில்
தவறான ஒரே தொடுதலில்
நிகழட்டும் உடனடிச்சாவு
பின் மானுடம் எப்படி
தழைக்குமென்றா கேட்கிறாய்?
தழைக்கும் தழைக்கும்
மீனாட்சியின் மூன்றாம் முலை
போல
சொக்கன் வருகையில்
மறையட்டும்
சயனைடு சொர்க்கங்கள்.

குலுக்கிய பொவெண்டோ

சரியில்லம்மா அவன்,
எண் அழித்து யுகமாகிறது
என்கிறான் மகன்.
நம்பர் குடுடா, எப்படி இருக்கான்னு
மட்டும் கேட்டுக்குறேன்
கெஞ்சிக் கொண்டிருக்கிறாள் அம்மா
அறிவுரை கேட்க மாட்டா
அடங்காப் பிடாரனாயிட்டான்
மதிக்க மாட்டான் உங்கள
எதிர் வினையாற்றுகிறான் அவன்
விபத்து நேர்ந்திருக்கும்
மகனின் நண்பனை
மகனாய் ஒரு கணம் நேசித்த
வயிறு கலங்கி குலுங்குகிறது

ஆட்சி

எந்த சிம்மாசனம்
காலியாகவிருக்கிறதென
அலையாய் அலைகின்றன
நான்குகால் மனங்கள்
அரிகளுக்கு மட்டுமா ஆசனம் என்று
போர்க்குரல் ஒலித்ததும்
ஒப்பந்தம் கையெழுத்தானது
புலி கரடி
ஓநாய்களோடுங்கூட.

தப்பித்தவறி
பைரவர்களோ வராகிகளோ
மோசிக்கீரனாய் கூட
அயர்ந்துவிடாது
கவனமாய் பார்த்துக்கொள்வதாய்
சபதம் வேறு.

பிட்டத்தளவு
ஆசனமில்லையென
பிடியோடு பொறுக்கப் போனது
களிறு.

நீந்துவன பறப்பன குறித்தான
உணர்வேயில்லை என்பதை

■

நினைவில் கொள்க
வரலாற்றின் வாணலியில்
வறுத்த மூளைகள்.

இப்போதே தயாராகிறது
தனித்தனியாசனம்
சிங்கக் குருளைகட்கும்
புலிப்பறழ்களுக்கும்.

கமண்டலத்தோடு திரியுமோர்
நரி
குறுக்கிட்ட கயிற்றில் சேந்திய
புனித நீரை ஓதித்
தனித்தனியே தெளிக்கிறது

வேற்றுத் திணையிலிருந்து
ஆசனங்கள் நோக்கி
கரையான்கள் ஏவி விட்டு
காத்திருக்கிறது பாம்பு.

வேற்றிதழ்

நீயற்ற ஒரு தருணத்தில்
உன் ஊர் புக வேண்டும்
உன் வேலையிடமும்
பேருந்து
இரயில் நிலையங்களிலும்
எங்கேனும் எதிர்ப்பட்டு விடுவாயோ
என்ற பதைப்பின்றி
உன் புழுதியெங்கும்
குளித்தெழ வேண்டும்
துடைப்பதற்கு உன் துண்டு ஒன்று
உன் தெருமுனை தேவாலயம்
இரண்டாவதாய் நிற்குமந்த
குல்மோஹரின்
தனித்த வெள்ளைப் பூவில்
செருகி வைத்திருக்கிறேன்
உன் செவிமடுத்தலின்
வர்ண செய்திகளை

வீடென்பதில் கள்ளமும்... ... ...

சத்தமற்ற கால்களால்
பார்வை வீசிய புசுபுசு ஒன்று
கள்ளத்திற்கு பேர் போனது
என்றேனும் நுழைய முடியுமா
என் ஜன்னலில்
இறுக்கி சாத்தப்படுகிறது கதவுகள்
சிறு கீற்று ஒளி நுழைந்த
புழையிடுக்கில்
வால் மறைத்து
நுழைந்து நுழைந்து
வெளியேறியது
இப்போது பூனைக்குட்டிகளை
பிரசவிக்க தயாராகிக் கொண்டிருக்கிறது
இவ்வீடு

மனச்சாவி

புறக்கணிப்பின் மொழி
பதிலற்ற மௌனம்
என்பதை அறியாத
சிறுமியா நீ
தொடர்ந்து ஒலிக்கும் ஒரு பெயர்
நீ கவனிக்கப்பட ஏதுமில்லாத
ஒருத்தி
என்ற உண்மையை உணர்த்தும்
வேளையில் உள்தாழிட்டு
கழுத்தில் சுருக்கிட்டு கொள்பவளின்
மனச்சாவி தோட்டத்து புல்தரையில்
சத்தமேதுமின்றி வீசப்படுகிறது.

பட்டாம்பூச்சிகளுக்கும் பழச்சாறுக்கும் முன்னால்

ஏறிந்துவிட்டே வருகிறேன்
போராட்டக்களங்களில்
சொற்களோடு
சில புழுக்களையும்
அதுவோ, இதுவோ
குடைந்தே தீரும்
ஏதாவது ஒன்று

■

அற்புதங்களை தாங்கவொணா பூதம்

உடல் விட்டு மூச்சு ஒன்று
அலைந்து திரியும்
தீரா இடும்பினைக் களையும்
திணறவும் வைக்கும்
நீங்கவும் முடியாது
அகமும் தங்காது
அலைபாயும்
உச்சத்தில் பிதற்றும்
உச்சமற்றும் உளறும்
மீள உறிஞ்சி உள் இழுக்கிறேன்
படும் சிரமம் தாளாது எதிர் அமரும்
புட்டியில் அடைத்து வைக்க
வேண்டாம் என்றால்
விரும்பி ஆகிறது
ஆசை பூதமாய்.

பெயரற்றவர்களிடம் பிடுங்கிய தொடையெலும்புகள்

பாண்டவப் பகடைகளெங்கும்
பல்லிளிக்கும் கௌரவ தாயங்கள்
நியூட்டனின் விதி எண் மூன்று.

துகிலுரியும் தொடக்கப் புள்ளியில் தான்
தீட்டப்படுகின்றன
ஊர்த் தாலிகளறுக்கும்
கூர் வாள்கள்.

வக்கற்ற பிண்டங்கள் ஐந்தையோ
வக்கிரங்களின் கௌரவத்தையோ
பேசுவதற்கே வாய்திறக்கும்
வரலாற்று எழுத்தாணிகள்
குடித்துச் செரிக்கின்றன
குடிகளின் அலறல்களை

தோற்புக்கும் தோற்பின்மைக்குமான
கை குலுக்கல்களுக்கிடையில்
சிக்கிய எறும்புகளின் தோலுரித்தே
எழுதப்படும் சரித்திரங்கள்.

நீ நெய்பூசு பாஞ்சாலி
நேரமாச்சு
அஞ்சு பய காத்திருக்கான்

தொடுதிரை – அறுவடை

ஒரே வயலில்
விளைகிறது
கோதுமை
தக்காளி
அரிசி
லெட்டூஸ்
ஸ்ட்ராபெரி
உருளை
வியந்து வியந்து வளர்க்கிறார் தாத்தா
தண்ணி உரம் வேண்டாம்
தொடுதிரையினை தேய்த்தால் போதும்

நாத்து நட
களை பறிக்க வேண்டாம்
மீளத் தேய்த்தால்
முடிந்து விடும் அறுவடை

பச்ச பட்டன தேச்சு
பேசத் தெரியாத கௌவனுக்கு
எங்கருந்துடா வெளயாடத்
தெரிஞ்சது

மனசுலயே பயிர் நட்டு
உயிர அறுவடை
செஞ்சுக்குவான் தாயே
வெவசாயி

■

மௌனத்தின் எதிரொலி பித்தம்

தொடர்ந்து பேசுவதற்கும்
பேசாமலிருப்பதற்கும்
காரணம் தேடித் தேடி
ஒற்றைத் தண்டவாளத்தில்
சிலுப்பிக் கொண்டோடுகிறது
நிற்க மனமில்லா இத்தொடர்வண்டி.
மறுதலிப்பின் அச்சம்
புறமுதுகுப் புன்னகை
வாசிப்பின் உச்சம்
போதம்.

பதறி விலகிய பேரம்

ஓரமாய் நடந்து போன
கடவுளை கை பிடித்து
இழுப்பாளா, காசுக்காக ஒருத்தி
பேரம் எப்போது படியும்
என்று வெறித்துப் பார்க்க
நாலு மாமாப் பயல்கள்
கடவுளுடன் கூடிக் களிக்கையில்
அழுது சிணுங்கிய குழந்தைக்கு
பால் குடுக்க
பதறி விலகிய அவளை
குழந்தையுடன் போர்த்தினார் கடவுள்
இதற்கு மேலுமா படியாமலிருக்கும் பேரம்?

நிரந்தரமாய் மூடிக்கொண்ட ஆதிக்குகை

வெளிவருமுன்
செய்தழித்த பிறாண்டல்களில்
உருவான ஓவியம்
என்னென்ன என
எட்டிப் பார்த்தல் எங்ஙனம்
அறிகிலேன்
கருவறைச் சுவர்களில்.